மரம் ஒன்றின் வாழ்க்கை

எழுதியவர்: இஸ்லாண்ட் லெஸ்க்யோர்

ஓவியர்: மரீ டுமோன்

தமிழ் மொழிபெயர்ப்பு: ஸந்தீப் வினோத் ஸாரா

ஒரு பெரிய மரத்தினின்று விழுந்து

ஒரு சிறிய விதையாக நான் புறப்படுகிறேன்.

சிலப்பொழுது பழத்தில்,
சிலப்பொழுது கூம்பில்.
சிலப்பொழுது பலவற்றுடன்,
சிலப்பொழுது தனித்து.

காலம் மற்றும் ஈரப்பதமும் பொருந்தும்பொழுது

நான் வேர் கீழே ஒன்று அனுப்புவேன்

பின்னர் மேலே

வெளிச்சத்திற்குள் நிமிர்வேன்.

பிறகு ஒக்கும் வேகத்தில்

நான் எட்டி வளர்வேன் உயர வானத்தில்.

ஒரு வல்ல மரமாக வளர்ந்தும்

என்னைச் சுற்றியுள்ளவற்றிடம் நட்புக் கொண்டும்.

வேருங் கிளையுந் தொட்டு நாம் ஒன்றுக்கொன்று ஆதரிப்போம்

பெருங்காற்றினின்றும் வெப்பத்தினின்றும் பாதுகாப்போம்.

தொடர்புகைள உருவாக்குவோம்
மண்ணின் கீழ் பரிமாற்றுவோம்.
வேர்களில் பூஞ்சையுடன் வளர்வை
உடந்தையாகச் செய்வோம் இவற்றை

சரியும் நலமும் ஆயினும் எல்லாம்

இனிய வாச மலர்களை உருவாக்குவோம் நாம்

காற்றும் பூச்சிகளும் தேனீக்களுடனும் நம்

அயல் மரங்கள் மீது கொட்டுவோம் மகரந்தம்.

இக்களியாட்டத்தின் இறுதி

ஒரு புதுப் பயணத்தின் எழுச்சி.

புதிய விதைகள் பிறக்கப்படும்
மற்றவை அதினின்று உருவாகும்.

காலம் செல்லச்செல்ல கூடவரும் பெருங்காற்று
கிளைகளை இழப்பேன் அவற்றினின்று ஒன்றிரண்டு.

ஆனால் இவ்வழிவோடு வரும்

புதிய உருவெடுப்பு ஒன்று

புதிய பிளவுகள் மற்றும் பள்ளங்கள் தோன்றும்

உயிரிகளுக்கு அண்டை தொலைவினின்று இரண்டும்.

இதற்கெல்லாம் பிறகே

ஒரு காலத்தின் கட்டாயமே

என்னிடம் உள்ளவை

ஒன்றாக

மற்றவற்றோடு பிணைக்கிறவை.

இறந்த காலத்தை நான் விட்டு விடுவேன்

மற்றும் தொடர்ந்து முன் அசைவேன்.

ஏனென்றால் ஒரு வல்ல மரத்தின் வாழ்க்கை முற்றில்

பல புதிய உயிரினங்கள் இருக்கும் என்னால் அருகில்.

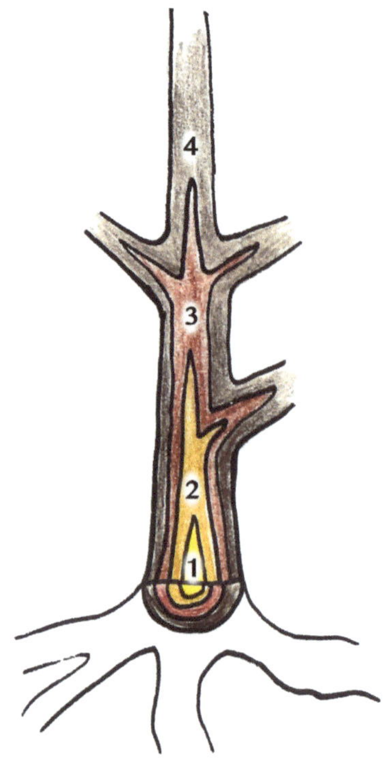

மரவட்டங்கள்   - பக்கம் 6 -

ஒவ்வொரு காலத்தில், மரம் ஒன்று வளரும்பொழுது, அது பழைய மரத்தைச் சுற்றி ஒரு புதிய மரத்தை உருவாக்குகிறது (இவற்றை மரத்தடியில் "வட்டங்கள்" ஆகக் காணப்பட்டாலும் இவை மரத்தின் எல்லாப் பாகங்களையும் பரப்புவதால் இன்னமும் சொன்னால் ஓர் உறையைப் போல் இருக்கும்). வெளியே, உயிராக இருக்கும் புறப்பகுதி வளர்ந்து உட்பகுதி கடைசியாக இறந்து விடும். சிலத் தறுவாய்களில், இவ்வுட்பகுதி பூஞ்சைகளால் மற்றும் நுண்ணுயிரிகளால் மட்கி மரத்தில் பொக்குகள் உருவாகும். தன்னைத் தக்க நேரத்திற்குள் வலுப்படுத்த முடிந்தால், இப்பொக்குகள் மரத்திற்குத் தீங்கு விளையாது. இப்பொக்குகள் மரத்திற்குப் புதிய ஊட்டச்சத்துகளை மற்றும் உயிரினங்களுக்கு வாழ்விடங்களையும் வழங்கலாம்.

மரவேர்கள்   - பக்கம் 10 -

பலர் நம்புவதை மாறாக, மரம் ஒன்றின் வேர்கள் அதன் மண்மேல் பகுதிகளைப் போலச்செய்யாது. அதன் கனம் இணையாக இருக்கலாம், ஆனால் அதன் கட்டமைப்பு வேறு; ஒரு மரத்தின் எல்லாப் பகுதிகளுக்கும் வாழ்வதற்கு உயிர்வளி தேவைப்படும் (நம்மைப் போன்று மூச்சுவிடுவதற்கும் சர்க்கரைகளைப் பயன்படுத்துவதற்கும்). மரவேர்களுக்கும் உயிர்வளி தேவைப்படுகிறது, மற்றும் இதை மண்ணின் தரைமட்டப்பகுதியில் மட்டும் கிடைக்க முடியும். இதனால் மரவேர்கள் பெரும்பாலும் அடிமண்ணில் மேற்பட்சம் 60 செண்டிமீட்டர்க்குள் தான் காணப்படும்.

பொதுவாக, மரம் ஒன்றின் வேர்கள் தன் உயரம்
அல்லது கவிகை அகலத்தை விட
இரண்டரை மடங்கு வரை நீடிக்க முடியும்.

ஆதரவு - பக்கம் 8 -

மரம் தன்னை மற்றும் பிற மரங்களை நேரடியாக (கிளைகள் தொட்டு) ஆதரிக்கும், அல்லது அயல்மரங்களுக்காகக் காற்று வேகத்தைக் குறைத்துவிட்டு ஆதரிக்கும். உள்ளே இருக்கும் மரங்களை விளிம்பில் இருக்கும் மரங்களுடன் ஒப்பிட்டு பார்த்தால் இதை எளிமையாகக் காணலாம்; விளிம்பில் இருக்கிறவை மிகத் திண்ணியதாகவும் உள்ளே இருக்கிறவை மெல்லியதாகவும் வலுவற்றதாகவும் இருக்கின்றன. உள்ளே இருக்கும் மரங்கள், நன்றாகப் பாதுகாக்கப்படுவதால், அவ்வளவு வல்லாக வளர வேண்டாம்.

பூஞ்சைக் கூட்டுவாழ்வு - பக்கம் 10 -

மரங்கள் பலப் பூஞ்சைகளுடன் கூட்டுப்பணியாற்றுகின்றன, இந்தப் பரிமாற்றத்தில் இரண்டிற்கும் ஆதாயம் அளிக்கிறது. பூஞ்சை ஊட்டச்சத்தைப் பெறுவதால் மரங்கள் நீர் மற்றும் ஊட்டச்சத்துகளைத் திறமையாக ஈர்த்துக்கொள்ள முடியும். பூஞ்சை நுண்ணிழையால் இணைக்கப்படும்பொழுது மரங்கள் பிற மரங்களை (அதே இனம் அல்லது இதர இனங்களை) ஆதரிக்கும் சான்றுகள் நிறைய இருக்கின்றன.

காளான்கள் - பக்கங்கள் 10,18 -

பல்வேறு உருவங்களில் பூஞ்சையை விளையும் தளங்கள் வரும், எடுத்துக்காட்டாகக் காளான் மற்றும் சிப்பிக்காளான். அவை பூஞ்சைகளின் பூக்களைப் (இனப்பெருக்கும் பொருள்களைப்) போல் இருக்கும். அதைப் பார்த்தால் (மரத்தின் அடித்தளத்தின் சுற்றியதாக) அதன் உடம்பு மரத்திற்குள் அல்லது அதன் கீழுள்ளதென்று உறுதிப்படுத்தலாம். சில மிகவும் பெரியதாகும். சில மரங்களுக்குக் குணத்தன்மையுடன் இருக்கும், சில நோய்விளைவிக்கும். பொதுவாக, மரம் ஒன்று குணமாக இருந்தால், இவற்றை எல்லாம் பார்த்துக்கொள்ளலாம்.

தேன் பூஞ்சை

ஈக்கொல்லிக் காளான்

சாண்டரெல்

கனோடெர்மா

வாழ்வுத்திகள் - பக்கம் 23 -

வெவ்வேறு மரங்களிடம் அவற்றின் வாழ்க்கை மற்றும் இனப்பெருக்கும் குறிப்பிட்ட வழிகள் இருக்கும்; சில நெடுங்காலம் அணுகுவழியைப் பின்தொடரும், வேறுசில வேகமாக வளர வழியைப் பின்தொடரும், வேகமாக வித்திட்டு விரைவில் இறக்கும். மற்றும் வேறு சில நடுவழியைப் பின்தொடரும். நெடுங்கால வளரும் மரத்தை அதன் வெவ்வேறு கட்டங்களை அவதானித்து ஆராய நமக்கு வசதியாக உள்ளது (ஒரு மரத்தை மட்டும் பார்க்காமல், ஏனெனில் குறிப்பிட்ட மரம் ஒன்று பல நூற்றாண்டுகள் அல்லது ஆயிராண்டுகளாக வாழ முடியும்). நெடுங்கால மரங்கள் தன் வாழ்க்கையின் மூன்றின் ஒரு பகுதி வளர்ச்சியிலே செலுத்தும், பிறகு பேணுதல், பாதுகாத்தல் மற்றும் இனப்பெறுக்கல் மற்றும் கடைசியாக வீழ்ச்சியும் இயற்கையெய்தலும். இவை எல்லாம் மரம் ஒன்றின் வாழ்க்கையில் மிக முக்கியமான கட்டங்கள்.

First Published – 2020
by Island Lescure
Espace Auroville, Tamil Nadu India, 605101
island@treescapes.in

This edition - 2023

Tamil Translation by Sandeep Vinod Sarah 2023